ਇਹ ਜਰਨਲ...

_____

ਦੀ ਹੈ

Email us your reviews and questions at
theanytimejournal@gmail.com

© Dhanvaad: A Gratitude Journal in Punjabi. All rights reserved. No part of this publication may be reproduced, distributed, or transmitted in any form or by any means, including photocopying, recording, or other electronic or mechanical methods, without prior written permission of the publisher.

ਧੰਨਵਾਦ

EVERY DAY IS A BLESSING

ਅਸੀਂ ਸਮੇਂ ਸਮੇਂ ਤੇ ਸੁਣਿਆ ਹੈ ਕਿ ਸਾਨੂੰ ਉਨ੍ਹਾਂ ਚੀਜ਼ਾਂ / ਲੋਕਾਂ / ਤਜ਼ਰਬਿਆਂ ਲਈ ਕਿਵੇਂ ਸ਼ੁਕਰਗੁਜ਼ਾਰ ਹੋਣਾ ਚਾਹੀਦਾ ਹੈ ਜੋ ਸਾਡੀ ਜ਼ਿੰਦਗੀ ਵਿਚ ਹਨ. ਆਖਰਕਾਰ, ਸਾਡੀ ਜ਼ਿੰਦਗੀ ਦਾ ਟੀਚਾ ਖੁਸ਼ ਰਹਿਣਾ ਹੈ. ਹਰ ਕੋਈ ਖੁਸ਼ ਰਹਿਣਾ ਚਾਹੁੰਦਾ ਹੈ - ਆਪਣੀ ਨੌਕਰੀ, ਆਪਣੇ ਸੰਬੰਧਾਂ, ਵਿੱਤ ਅਤੇ ਆਪਣੇ ਆਪ ਨਾਲ ਖੁਸ਼. ਜੇ ਅਸੀਂ ਆਪਣੀ ਜ਼ਿੰਦਗੀ ਦੇ ਅੰਦਰ ਦੀ ਸੁੰਦਰਤਾ ਦੀ ਸੱਚਮੁੱਚ ਪ੍ਰਸ਼ੰਸਾ ਕਰਨ ਲਈ ਇੱਕ ਪਲ ਲਈ ਵੀ ਨਹੀਂ ਰੁਕਦੇ ਤਾਂ ਸਾਨੂੰ ਕਿਵੇਂ ਪਤਾ ਲੱਗੇਗਾ ਕਿ ਸਾਡੇ ਕੋਲ ਜ਼ਿੰਦਗੀ ਵਿੱਚ ਕਿੰਨਾ ਚੰਗਾ ਹੈ.

ਜਿਉਂ ਜਿਉਂ ਦਿਨ ਲੰਘਦੇ ਹਨ, ਅਸੀਂ ਆਪਣੀਆਂ ਜ਼ਿੰਮੇਵਾਰੀਆਂ ਅਤੇ ਆਪਣੇ ਪਰਿਵਾਰ ਪਾਲਣ ਵਿੱਚ ਰੁੱਝ ਜਾਂਦੇ ਹਾਂ. ਅਸੀਂ ਆਪਣੇ ਬਾਰੇ ਭੁੱਲ ਜਾਂਦੇ ਹਾਂ ਅਤੇ ਆਪਣੀ ਪਛਾਣ ਗੁਆਉਣਾ ਸ਼ੁਰੂ ਕਰਦੇ ਹਾਂ. ਸਵਾਲ ਪੁੱਛ ਕੇ, ਅਸੀਂ ਖੋਜ ਸਕਦੇ ਹਾਂ ਕਿ ਅਸੀਂ ਅਸਲ ਵਿੱਚ ਕੌਣ ਹੋ, ਅਤੇ ਇਸ ਬਾਰੇ ਸਪੱਸ਼ਟ ਹੋਵੋ ਕਿ ਤੁਸੀਂ ਆਪਣੀ ਜ਼ਿੰਦਗੀ ਲਈ ਅਸਲ ਵਿੱਚ ਕੀ ਚਾਹੁੰਦੇ ਹੋ.

ਇਸ ਜਰਨਲ ਦੀ ਕਿਵੇਂ ਵਰਤ ਸਕਦੇ ਹੋ...

1. ਹਰ ਰੋਜ਼ 3 ਚੀਜ਼ਾਂ ਲਿਖੋ ਜਿਸ ਦੇ ਲਈ ਤੁਸੀਂ ਧੰਨਵਾਦੀ ਹੋ. ਰੋਜ਼ 3 ਵੱਖਰੀਆਂ ਚੀਜ਼ਾਂ ਲਿਖਣ ਦੀ ਕੋਸ਼ਿਸ਼ ਕਰੋ.
   Ex:

   ਅੱਜ ਮੈਂ ਇਸ ਲਈ ਸ਼ੁਕਰਗੁਜ਼ਾਰ ਹਾਂ ਕਿ...

   1. ਮੇਰੇ ਕੋਲ ਰਹਿਣ ਲਈ ਇਕ ਸੁੰਦਰ ਘਰ ਹੈ

   2. ਮੈਂ ਸਿਹਤਮੰਦ ਹਾਂ

   3. ਮੇਰਾ ਇੱਕ ਪਿਆਰਾ ਪਰਿਵਾਰ ਹੈ

2. ਹਰ ਰੋਜ਼ ਇਕ ਪ੍ਰਸ਼ਨ ਹੁੰਦਾ ਹੈ ਜਿਸ ਬਾਰੇ ਤੁਹਾਨੂੰ ਲਿਖਣਾ ਪੈਂਦਾ ਹੈ. ਤੁਸੀਂ ਜ਼ਿੰਦਗੀ ਨੂੰ ਕਿਵੇਂ ਵਿਚਾਰਦੇ ਹੋ ਇਸ ਬਾਰੇ ਚੰਗੀ ਤਰ੍ਹਾਂ ਸਮਝਣ ਵਿਚ ਸਹਾਇਤਾ ਕਰਨ ਲਈ ਹੈ. ਉੱਤਰ ਲਿਖਣ ਲਈ ਬਹੁਤ ਜਗ੍ਹਾ ਹੈ. ਜੇ ਤੁਸੀਂ ਇਸ ਵਿਸ਼ੇ ਬਾਰੇ ਨਹੀਂ ਲਿਖਣਾ ਚਾਹੁੰਦੇ, ਤਾਂ ਜੋ ਤੁਹਾਡੇ ਦਿਮਾਗ ਵਿਚ ਹੈ ਤੁਸੀਂ ਉਸ ਬਾਰੇ ਲਿਖ ਸਕਦੇ ਹੋ .

ਇਸ ਜਰਨਲ ਵਿਚ ਲਿਖਣ ਤੋਂ ਬਾਅਦ ਮੈਨੂੰ ਉਮੀਦ ਹੈ ਕਿ ਤੁਸੀਂ ਆਪਣੇ ਆਪ ਨੂੰ ਪਹਿਲਾਂ ਨਾਲੋਂ ਬਿਹਤਰ ਜਾਣਦੇ ਹੋਵੋਗੇ. ਮੈਨੂੰ ਉਮੀਦ ਹੈ ਕਿ ਤੁਸੀਂ ਮਹਿਸੂਸ ਕਰੋਗੇ ਕਿ ਤੁਸੀਂ ਆਪਣੀ ਜ਼ਿੰਦਗੀ ਵਿਚ ਕਿੰਨੇ ਖੁਸ਼ਕਿਸਮਤ ਹੋ ਅਤੇ ਤੁਸੀਂ ਕਿੰਨੇ ਪਿਆਰੇ ਹੋ.

Date:_____

ਅੱਜ ਮੈਂ ਇਸ ਲਈ ਸ਼ੁਕਰਗੁਜ਼ਾਰ ਹਾਂ ਕਿ...

1._____
_____

2._____
_____

3._____
_____

ਜੋ ਤੁਸੀਂ ਲਿਖਿਆ ਹੈ ਉਹ 3 ਵਾਰ ਪੜ੍ਹੋ

ਅੱਜ ਤੱਕ ਤੁਹਾਡੀ ਸਭ ਤੋਂ ਵੱਡੀ ਪ੍ਰਾਪਤੀ ਕੀ ਹੈ?

_____
_____
_____
_____
_____
_____
_____
_____
_____
_____
_____
_____
_____
_____
_____
_____
_____

Date:_____

ਅੱਜ ਮੈਂ ਇਸ ਲਈ ਸ਼ੁਕਰਗੁਜ਼ਾਰ ਹਾਂ ਕਿ...

1. _____
_____
2. _____
_____
3. _____
_____

ਜੋ ਤੁਸੀਂ ਲਿਖਿਆ ਹੈ ਉਹ 3 ਵਾਰ ਪੜ੍ਹੋ

ਮੈਨੂੰ ਆਪਣੇ ਆਪ 'ਤੇ ਮਾਣ ਹੈ ਕਿ ਮੈਂ ਅੱਜ...

_____
_____
_____
_____
_____

ਅੱਜ ਤੁਹਾਨੂੰ ਸਭ ਤੋਂ ਵੱਧ ਖੁਸ਼ ਕਿਸ ਚੀਜ਼ ਨੇ ਕੀਤਾ?	ਅੱਜ ਤੁਹਾਨੂੰ ਕਿਸ ਚੀਜ਼ ਨੇ ਪਰੇਸ਼ਾਨ ਕੀਤਾ?
_____	_____
_____	_____
_____	_____
_____	_____
_____	_____
_____	_____

Date:_____

ਅੱਜ ਮੈਂ ਇਸ ਲਈ ਸ਼ੁਕਰਗੁਜ਼ਾਰ ਹਾਂ ਕਿ...

1._____

_____

2._____

_____

3._____

_____

ਜੋ ਤੁਸੀਂ ਲਿਖਿਆ ਹੈ ਉਹ 3 ਵਾਰ ਪੜ੍ਹੋ

3 ਚੀਜ਼ਾਂ ਜੋ ਤੁਸੀਂ ਹੁਣੇ ਹੁਣੇ ਸਿੱਖੀਆਂ ਹਨ?

_____
_____
_____
_____
_____
_____
_____
_____
_____
_____
_____
_____
_____
_____
_____
_____
_____

Date:_____

ਅੱਜ ਮੈਂ ਇਸ ਲਈ ਸ਼ੁਕਰਗੁਜ਼ਾਰ ਹਾਂ ਕਿ...

1._____

_____

2._____

_____

3._____

_____

ਜੋ ਤੁਸੀਂ ਲਿਖਿਆ ਹੈ ਉਹ 3 ਵਾਰ ਪੜ੍ਹੋ

ਤੁਸੀਂ ਹਰ ਰੋਜ਼ ਹੋਰਨਾਂ ਨੂੰ ਪਿਆਰ ਅਤੇ ਹਮਦਰਦੀ ਕਿਵੇਂ ਦਿਖਾ ਸਕਦੇ ਹੋ?

Date:_____

ਅੱਜ ਮੈਂ ਇਸ ਲਈ ਸ਼ੁਕਰਗੁਜ਼ਾਰ ਹਾਂ ਕਿ...

1. _____

2. _____

3. _____

ਜੋ ਤੁਸੀਂ ਲਿਖਿਆ ਹੈ ਉਹ 3 ਵਾਰ ਪੜ੍ਹੋ

ਜੇ ਤੁਸੀਂ ਧਰਤੀ ਨਾਲ ਗੱਲ ਕਰ ਸਕਦੇ ਹੋ, ਤਾਂ ਤੁਸੀਂ ਕੀ ਕਹੋਗੇ ਜਾਂ ਪੁੱਛੋਗੇ?

Date:_____

ਅੱਜ ਮੈਂ ਇਸ ਲਈ ਸ਼ੁਕਰਗੁਜ਼ਾਰ ਹਾਂ ਕਿ...

1. _____
_____

2. _____
_____

3. _____
_____

ਜੋ ਤੁਸੀਂ ਲਿਖਿਆ ਹੈ ਉਹ 3 ਵਾਰ ਪੜ੍ਹੋ

ਆਪਣੀ ਜ਼ਿੰਦਗੀ ਵਿਚ ਕਿਸੇ ਖਾਸ ਵਿਅਕਤੀ ਨੂੰ ਧੰਨਵਾਦ ਪੱਤਰ ਲਿਖੋ ਜਿਸਨੇ ਤੁਹਾਡੀ ਜ਼ਿੰਦਗੀ ਵਿਚ ਤੁਹਾਡੀ ਸਹਾਇਤਾ ਕੀਤੀ

_____
_____
_____
_____
_____
_____
_____
_____
_____
_____
_____
_____
_____
_____
_____
_____
_____
_____

Date: _____

ਅੱਜ ਮੈਂ ਇਸ ਲਈ ਸ਼ੁਕਰਗੁਜ਼ਾਰ ਹਾਂ ਕਿ...

1. _____
_____

2. _____
_____

3. _____
_____

ਜੋ ਤੁਸੀਂ ਲਿਖਿਆ ਹੈ ਉਹ 3 ਵਾਰ ਪੜ੍ਹੋ

ਮੈਨੂੰ ਆਪਣੇ ਆਪ ਤੇ ਮਾਣ ਹੈ ਕਿ ਮੈਂ ਅੱਜ...
_____
_____
_____
_____
_____

ਤੁਹਾਡੀ ਮਨਪਸੰਦ ਮੂਵੀ ਕੀ ਹੈ?	ਤੁਹਾਡਾ ਮਨਪਸੰਦ ਗੀਤ ਕੀ ਹੈ?
_____	_____
_____	_____
_____	_____
_____	_____
_____	_____
_____	_____
_____	_____

Date:_____

ਅੱਜ ਮੈਂ ਇਸ ਲਈ ਸ਼ੁਕਰਗੁਜ਼ਾਰ ਹਾਂ ਕਿ...

1. _____

_____

2. _____

_____

3. _____

_____

ਜੋ ਤੁਸੀਂ ਲਿਖਿਆ ਹੈ ਉਹ 3 ਵਾਰ ਪੜ੍ਹੋ

ਤੁਸੀਂ ਆਪਣੇ ਆਪ ਦੀ ਬੇਹਤਰ ਦੇਖਭਾਲ ਕਿਵੇਂ ਕਰ ਸਕਦੇ ਹੋ?

_____
_____
_____
_____
_____
_____
_____
_____
_____
_____
_____
_____
_____
_____
_____
_____

Date: _____

ਅੱਜ ਮੈਂ ਇਸ ਲਈ ਸ਼ੁਕਰਗੁਜ਼ਾਰ ਹਾਂ ਕਿ...

1. _____
_____

2. _____
_____

3. _____
_____

ਜੋ ਤੁਸੀਂ ਲਿਖਿਆ ਹੈ ਉਹ 3 ਵਾਰ ਪੜ੍ਹੋ

ਕੀ ਤੁਹਾਨੂੰ ਲਗਦਾ ਹੈ ਕਿ ਤੁਸੀਂ ਆਪਣੀ ਕਿਸਮਤ ਖੁਦ ਲਿਖਦੇ ਹੋ ਜਾਂ ਰੱਬ ਇਹ ਲਿਖਦਾ ਹੈ?

_____
_____
_____
_____
_____
_____
_____
_____
_____
_____
_____
_____
_____
_____
_____
_____

Date:_____

ਅੱਜ ਮੈਂ ਇਸ ਲਈ ਸ਼ੁਕਰਗੁਜ਼ਾਰ ਹਾਂ ਕਿ...

1._____

_____

2._____

_____

3._____

_____

ਜੋ ਤੁਸੀਂ ਲਿਖਿਆ ਹੈ ਉਹ 3 ਵਾਰ ਪੜ੍ਹੋ

ਅਸੀਂ ਸਾਰੇ ਬੱਚਿਆਂ ਤੋਂ ਕੀ ਸਬਕ ਸਿੱਖ ਸਕਦੇ ਹਾਂ?

_____
_____
_____
_____
_____
_____
_____
_____
_____
_____
_____
_____
_____
_____
_____
_____
_____
_____

Date:

ਅੱਜ ਮੈਂ ਇਸ ਲਈ ਸ਼ੁਕਰਗੁਜ਼ਾਰ ਹਾਂ ਕਿ...

1.

2.

3.

ਜੋ ਤੁਸੀਂ ਲਿਖਿਆ ਹੈ ਉਹ 3 ਵਾਰ ਪੜ੍ਹੋ

ਤੁਹਾਡੇ ਅਨੁਸਾਰ ਇੱਕ ਰਿਸ਼ਤੇ ਵਿੱਚ ਸੰਚਾਰ ਕਿੰਨਾ ਮਹੱਤਵਪੂਰਣ ਹੁੰਦਾ ਹੈ?

Date: ________________

ਅੱਜ ਮੈਂ ਇਸ ਲਈ ਸ਼ੁਕਰਗੁਜ਼ਾਰ ਹਾਂ ਕਿ...

1. ______________________________

____

2. ______________________________

____

3. ______________________________

____

ਜੋ ਤੁਸੀਂ ਲਿਖਿਆ ਹੈ ਉਹ 3 ਵਾਰ ਪੜ੍ਹੋ

ਮੈਨੂੰ ਆਪਣੇ ਆਪ 'ਤੇ ਮਾਣ ਹੈ ਕਿ ਮੈਂ ਅੱਜ...

____

____

____

____

____

3 ਚੀਜ਼ਾਂ ਜੋ ਤੁਸੀਂ ਇਸ ਸਮੇਂ ਦੇਖ ਸਕਦੇ ਹੋ...

____

____

____

____

____

____

____

____

____

____

3 ਚੀਜ਼ਾਂ ਜੋ ਤੁਸੀਂ ਇਸ ਸਮੇਂ ਸੁਣ ਸਕਦੇ ਹੋ...

____

____

____

____

____

____

____

____

____

____

Date:_____

ਅੱਜ ਮੈਂ ਇਸ ਲਈ ਸ਼ੁਕਰਗੁਜ਼ਾਰ ਹਾਂ ਕਿ...

1._____

2._____

3._____

ਜੋ ਤੁਸੀਂ ਲਿਖਿਆ ਹੈ ਉਹ 3 ਵਾਰ ਪੜ੍ਹੋ

ਕੀ ਤੁਸੀਂ ਬੋਲਣ ਤੋਂ ਪਹਿਲਾਂ ਸੋਚਦੇ ਹੋ ਜਾਂ ਬੋਲਦੇ ਹੋ ਜੋ ਤੁਹਾਡੇ ਮਨ ਵਿਚ ਹੈ? ਕੀ ਤੁਹਾਨੂੰ ਅਹਿਸਾਸ ਹੁੰਦਾ ਹੈ ਕਿ ਤੁਹਾਡੇ ਸ਼ਬਦ ਲੋਕਾਂ ਨੂੰ ਦੁਖ ਪਹੁੰਚਾ ਸਕਦੇ ਹਨ?

Date:_____

ਅੱਜ ਮੈਂ ਇਸ ਲਈ ਸ਼ੁਕਰਗੁਜ਼ਾਰ ਹਾਂ ਕਿ...

1. _____

_____

2. _____

_____

3. _____

_____

ਜੋ ਤੁਸੀਂ ਲਿਖਿਆ ਹੈ ਉਹ 3 ਵਾਰ ਪੜ੍ਹੋ

ਕੀ ਤੁਸੀਂ ਅਤੀਤ ਬਾਰੇ ਬਹੁਤ ਸੋਚਦੇ ਹੋ ਜਾਂ ਆਉਣ ਵਾਲੇ ਭਵਿੱਖ ਬਾਰੇ ਸੋਚਦੇ ਹੋ?

Date: _____

ਅੱਜ ਮੈਂ ਇਸ ਲਈ ਸ਼ੁਕਰਗੁਜ਼ਾਰ ਹਾਂ ਕਿ...

1. _____

2. _____

3. _____

ਜੋ ਤੁਸੀਂ ਲਿਖਿਆ ਹੈ ਉਹ 3 ਵਾਰ ਪੜ੍ਹੋ

ਤੁਹਾਡੀ ਜ਼ਿੰਦਗੀ ਦੇ ਕਿਹੜੇ ਹਿੱਸੇ ਨੂੰ ਸਭ ਤੋਂ ਵੱਧ ਸੁਧਾਰ ਦੀ ਜ਼ਰੂਰਤ ਹੈ? ਅਤੇ ਇਸ ਨੂੰ ਸੁਧਾਰਨ ਲਈ ਤੁਸੀਂ ਕੀ ਯੋਜਨਾਵਾਂ ਬਣਾਈਆ ਹਨ?

_____
_____
_____
_____
_____
_____
_____
_____
_____
_____
_____
_____
_____
_____
_____
_____
_____

Date:

ਅੱਜ ਮੈਂ ਇਸ ਲਈ ਸ਼ੁਕਰਗੁਜ਼ਾਰ ਹਾਂ ਕਿ...

1.

2.

3.

ਜੋ ਤੁਸੀਂ ਲਿਖਿਆ ਹੈ ਉਹ 3 ਵਾਰ ਪੜ੍ਹੋ

ਮੈਨੂੰ ਆਪਣੇ ਆਪ 'ਤੇ ਮਾਣ ਹੈ ਕਿ ਮੈਂ ਅੱਜ...

ਤੁਹਾਡਾ ਮਨਪਸੰਦ ਖਾਣਾ ਕੀ ਹੈ?

ਤੁਹਾਡੀ ਮਨਪਸੰਦ ਮਿਠਾਈ ਕੀ ਹੈ?

Date:_____

ਅੱਜ ਮੈਂ ਇਸ ਲਈ ਸ਼ੁਕਰਗੁਜ਼ਾਰ ਹਾਂ ਕਿ...

1._____

2._____

3._____

ਜੋ ਤੁਸੀਂ ਲਿਖਿਆ ਹੈ ਉਹ 3 ਵਾਰ ਪੜ੍ਹੋ

ਕੀ ਤੁਸੀਂ ਚਮਤਕਾਰਾਂ ਵਿਚ ਵਿਸ਼ਵਾਸ ਕਰਦੇ ਹੋ? ਕੀ ਤੁਹਾਡੇ ਨਾਲ ਅਜਿਹਾ ਹੋਇਆ ਹੈ?

_____
_____
_____
_____
_____
_____
_____
_____
_____
_____
_____
_____
_____
_____
_____
_____

Date:_____

ਅੱਜ ਮੈਂ ਇਸ ਲਈ ਸ਼ੁਕਰਗੁਜ਼ਾਰ ਹਾਂ ਕਿ...

1. _____

2. _____

3. _____

ਜੋ ਤੁਸੀਂ ਲਿਖਿਆ ਹੈ ਉਹ 3 ਵਾਰ ਪੜ੍ਹੋ

ਅਜਿਹੀ ਕਿਹੜੀ ਚੀਜ਼ ਹੈ ਜਿਸ ਤੋਂ ਤੁਸੀਂ ਕੋਸ਼ਿਸ਼ ਕਰਨ ਤੋਂ ਡਰਦੇ ਹੋ ਪਰ ਅਸਲ ਵਿੱਚ ਚਾਹੁੰਦੇ ਹੋ?

_____
_____
_____
_____
_____
_____
_____
_____
_____
_____
_____
_____
_____
_____
_____
_____
_____

Date:_____

ਅੱਜ ਮੈਂ ਇਸ ਲਈ ਸ਼ੁਕਰਗੁਜ਼ਾਰ ਹਾਂ ਕਿ...

1._____

_____

2._____

_____

3._____

_____

ਜੋ ਤੁਸੀਂ ਲਿਖਿਆ ਹੈ ਉਹ 3 ਵਾਰ ਪੜ੍ਹੋ

ਜਦੋਂ ਮੀਂਹ ਪੈ ਰਹੇ ਹੋ ਤਾਂ ਉਸ ਦਿਨ ਤੁਹਾਨੂੰ ਕੀ ਕਰਨਾ ਅਤੇ ਖਾਣਾ ਪਸੰਦ ਹੈ?

_____
_____
_____
_____
_____
_____
_____
_____
_____
_____
_____
_____
_____
_____
_____
_____
_____

Date:_____

ਅੱਜ ਮੈਂ ਇਸ ਲਈ ਸ਼ੁਕਰਗੁਜ਼ਾਰ ਹਾਂ ਕਿ...

1._____

_____

2._____

_____

3._____

_____

ਜੋ ਤੁਸੀਂ ਲਿਖਿਆ ਹੈ ਉਹ 3 ਵਾਰ ਪੜ੍ਹੋ

ਮੈਨੂੰ ਆਪਣੇ ਆਪ 'ਤੇ ਮਾਣ ਹੈ ਕਿ ਮੈਂ ਅੱਜ...

_____
_____
_____
_____
_____

3 ਲੋਕ ਜਿੰਨ੍ਹਾਂ ਨੂੰ ਤੁਸੀਂ ਸਭ ਤੋਂ ਵੱਧ ਪਸੰਦ ਕਰਦੇ ਹੋ...	ਤੁਹਾਨੂੰ ਉਹਨਾਂ ਬਾਰੇ ਸਭ ਤੋਂ ਵੱਧ ਕਿਹੜੀ ਗੁਣਵੱਤਾ ਪਸੰਦ ਹੈ?
_____	_____
_____	_____
_____	_____
_____	_____
_____	_____
_____	_____

Date:_____

ਅੱਜ ਮੈਂ ਇਸ ਲਈ ਸ਼ੁਕਰਗੁਜ਼ਾਰ ਹਾਂ ਕਿ...

1. _____
   _____

2. _____
   _____

3. _____
   _____

ਜੋ ਤੁਸੀਂ ਲਿਖਿਆ ਹੈ ਉਹ 3 ਵਾਰ ਪੜ੍ਹੋ

ਜੇ ਤੁਸੀਂ ਭਾਰਤ ਦੇ ਪ੍ਰਧਾਨ ਮੰਤਰੀ ਹੁੰਦੇ, ਤੁਸੀਂ ਭਾਰਤ ਬਾਰੇ ਕਿਹੜੀਆਂ 3 ਚੀਜ਼ਾਂ ਬਦਲ ਦੇ?

_____
_____
_____
_____
_____
_____
_____
_____
_____
_____
_____
_____
_____
_____
_____
_____
_____
_____
_____

Date:_____

ਅੱਜ ਮੈਂ ਇਸ ਲਈ ਸ਼ੁਕਰਗੁਜ਼ਾਰ ਹਾਂ ਕਿ...

1._____

_____

2._____

_____

3._____

_____

ਜੋ ਤੁਸੀਂ ਲਿਖਿਆ ਹੈ ਉਹ 3 ਵਾਰ ਪੜ੍ਹੋ

ਵਹਿਮਾਂ-ਭਰਮਾਂ ਬਾਰੇ ਤੁਹਾਡੀ ਕੀ ਰਾਏ ਹੈ?

_____
_____
_____
_____
_____
_____
_____
_____
_____
_____
_____
_____
_____
_____
_____
_____
_____

Date:_____

ਅੱਜ ਮੈਂ ਇਸ ਲਈ ਸ਼ੁਕਰਗੁਜ਼ਾਰ ਹਾਂ ਕਿ...

1._____
_____

2._____
_____

3._____
_____

ਜੋ ਤੁਸੀਂ ਲਿਖਿਆ ਹੈ ਉਹ 3 ਵਾਰ ਪੜ੍ਹੋ

ਤੁਸੀਂ ਕਿਹੜੇ ਪੇਸ਼ਿਆਂ ਜਾਂ ਨੌਕਰੀਆਂ ਨੂੰ ਬਹੁਤ ਮਹੱਤਵਪੂਰਨ ਮੰਨਦੇ ਹੋ?

_____
_____
_____
_____
_____
_____
_____
_____
_____
_____
_____
_____
_____
_____
_____
_____
_____

Date: _____

ਅੱਜ ਮੈਂ ਇਸ ਲਈ ਸ਼ੁਕਰਗੁਜ਼ਾਰ ਹਾਂ ਕਿ...

1. _____

2. _____

3. _____

ਜੋ ਤੁਸੀਂ ਲਿਖਿਆ ਹੈ ਉਹ 3 ਵਾਰ ਪੜ੍ਹੋ

ਮੈਨੂੰ ਆਪਣੇ ਆਪ ਤੇ ਮਾਣ ਹੈ ਕਿ ਮੈਂ ਅੱਜ...

_____
_____
_____
_____
_____

ਤੁਹਾਡਾ ਪਸੰਦੀਦਾ ਰੰਗ ਕੀ ਹੈ?	ਦਿਨ ਦਾ ਤੁਹਾਡਾ ਪਸੰਦੀਦਾ ਸਮਾਂ ਕਿਹੜਾ ਹੈ?
_____	_____
_____	_____
_____	_____
_____	_____
_____	_____
_____	_____

Date:_____

ਅੱਜ ਮੈਂ ਇਸ ਲਈ ਸ਼ੁਕਰਗੁਜ਼ਾਰ ਹਾਂ ਕਿ...

1._____

_____

2._____

_____

3._____

_____

ਜੋ ਤੁਸੀਂ ਲਿਖਿਆ ਹੈ ਉਹ 3 ਵਾਰ ਪੜ੍ਹੋ

ਕੀ ਤੁਸੀਂ ਕਦੇ ਕਿਸੇ ਖੇਡ ਜਾਂ ਮੁਕਾਬਲੇ ਵਿਚ ਹਿੱਸਾ ਲਿਆ ਹੈ?

_____
_____
_____
_____
_____
_____
_____
_____
_____
_____
_____
_____
_____
_____
_____
_____
_____

Date: _____

ਅੱਜ ਮੈਂ ਇਸ ਲਈ ਸ਼ੁਕਰਗੁਜ਼ਾਰ ਹਾਂ ਕਿ...

1. _____
   _____

2. _____
   _____

3. _____
   _____

ਜੋ ਤੁਸੀਂ ਲਿਖਿਆ ਹੈ ਉਹ 3 ਵਾਰ ਪੜ੍ਹੋ

ਉਹ ਕਿਹੜੀ ਚੀਜ਼ ਹੈ ਜੋ ਤੁਸੀਂ ਮਹਿਸੂਸ ਕਰਦੇ ਹੋ ਕਿ ਉਹ ਸਦਾ ਲਈ ਹੈ?

_____
_____
_____
_____
_____
_____
_____
_____
_____
_____
_____
_____
_____
_____
_____
_____

Date: _____

ਅੱਜ ਮੈਂ ਇਸ ਲਈ ਸ਼ੁਕਰਗੁਜ਼ਾਰ ਹਾਂ ਕਿ...

1. _____

2. _____

3. _____

_____

ਜੋ ਤੁਸੀਂ ਲਿਖਿਆ ਹੈ ਉਹ 3 ਵਾਰ ਪੜ੍ਹੋ

ਤੁਹਾਡੀ ਸਭ ਤੋਂ ਬੁਰੀ ਆਦਤ ਕੀ ਹੈ? ਤੁਸੀਂ ਇਸ ਨੂੰ ਕਿਵੇਂ ਬਦਲ ਸਕਦੇ ਹੋ?

_____
_____
_____
_____
_____
_____
_____
_____
_____
_____
_____
_____
_____
_____
_____
_____

Date:

ਅੱਜ ਮੈਂ ਇਸ ਲਈ ਸ਼ੁਕਰਗੁਜ਼ਾਰ ਹਾਂ ਕਿ...

1.

2.

3.

ਜੋ ਤੁਸੀਂ ਲਿਖਿਆ ਹੈ ਉਹ 3 ਵਾਰ ਪੜ੍ਹੋ

ਮੈਨੂੰ ਆਪਣੇ ਆਪ 'ਤੇ ਮਾਣ ਹੈ ਕਿ ਮੈਂ ਅੱਜ...

ਕਿਹੜੀ ਥਾਂ ਹੈ ਜਿੱਥੇ ਤੁਸੀਂ ਸਭ ਤੋਂ ਵੱਧ ਖੁਸ਼ ਹੋ?

੩ ਥਾਵਾਂ ਜਿੱਥੇ ਤੁਸੀਂ ਜਾਣਾ ਚਾਹੁੰਦੇ ਹੋ...

Date: _____

ਅੱਜ ਮੈਂ ਇਸ ਲਈ ਸ਼ੁਕਰਗੁਜ਼ਾਰ ਹਾਂ ਕਿ...

1. _____

2. _____

3. _____

ਜੋ ਤੁਸੀਂ ਲਿਖਿਆ ਹੈ ਉਹ 3 ਵਾਰ ਪੜ੍ਹੋ

ਤੁਸੀਂ ਕਿਹੜੀ ਮਹਾਂਸ਼ਕਤੀ ਚਾਹੁੰਦੇ ਹੋ ਅਤੇ ਤੁਸੀਂ ਇਸ ਦੀ ਵਰਤੋਂ ਕਿਵੇਂ ਕਰੋਗੇ

_____
_____
_____
_____
_____
_____
_____
_____
_____
_____
_____
_____
_____
_____
_____
_____

Date: _____

ਅੱਜ ਮੈਂ ਇਸ ਲਈ ਸ਼ੁਕਰਗੁਜ਼ਾਰ ਹਾਂ ਕਿ...

1. _____

2. _____

3. _____

ਜੋ ਤੁਸੀਂ ਲਿਖਿਆ ਹੈ ਉਹ 3 ਵਾਰ ਪੜ੍ਹੋ

ਤੁਸੀਂ ਸੂਰਜ ਅਤੇ ਚੰਦ ਬਾਰੇ ਕੀ ਸੋਚਦੇ ਹੋ? ਉਨ੍ਹਾਂ ਕੋਲ ਸ਼ਕਤੀਆਂ ਹਨ?

_____
_____
_____
_____
_____
_____
_____
_____
_____
_____
_____
_____
_____
_____
_____

Date:_____

ਅੱਜ ਮੈਂ ਇਸ ਲਈ ਸ਼ੁਕਰਗੁਜ਼ਾਰ ਹਾਂ ਕਿ...

1._____

_____

2._____

_____

3._____

_____

ਜੋ ਤੁਸੀਂ ਲਿਖਿਆ ਹੈ ਉਹ 3 ਵਾਰ ਪੜ੍ਹੋ

ਕੀ ਤੁਸੀਂ ਹਨੇਰੇ ਤੋਂ ਡਰਦੇ ਹੋ? ਕਿਉਂ ਜਾਂ ਕਿਉਂ ਨਹੀਂ?

Date: _____

ਅੱਜ ਮੈਂ ਇਸ ਲਈ ਸ਼ੁਕਰਗੁਜ਼ਾਰ ਹਾਂ ਕਿ...

1. _____
_____

2. _____
_____

3. _____
_____

ਜੋ ਤੁਸੀਂ ਲਿਖਿਆ ਹੈ ਉਹ 3 ਵਾਰ ਪੜ੍ਹੋ

ਮੈਨੂੰ ਆਪਣੇ ਆਪ ਤੇ ਮਾਣ ਹੈ ਕਿ ਮੈਂ ਅੱਜ...

_____
_____
_____
_____
_____

ਤੁਹਾਨੂੰ ਆਖਰੀ ਤੋਹਫ਼ਾ ਕਿਹੜਾ ਸੀ ਅਤੇ ਕਿਸ ਕੋਲੋਂ?	ਤੁਸੀਂ ਆਖਰੀ ਤੋਹਫ਼ਾ ਕੀ ਦਿੱਤਾ ਸੀ ਅਤੇ ਕਿਸ ਨੂੰ?
_____	_____
_____	_____
_____	_____
_____	_____
_____	_____
_____	_____
_____	_____

Date:_____

ਅੱਜ ਮੈਂ ਇਸ ਲਈ ਸ਼ੁਕਰਗੁਜ਼ਾਰ ਹਾਂ ਕਿ...

1. _____

2. _____

3. _____

ਜੋ ਤੁਸੀਂ ਲਿਖਿਆ ਹੈ ਉਹ 3 ਵਾਰ ਪੜ੍ਹੋ

ਜਦੋਂ ਕੋਈ ਸਮੱਸਿਆ ਹੁੰਦੀ ਹੈ, ਤਾਂ ਕੀ ਤੁਸੀਂ ਬਹੁਤ ਘਬਰਾ ਜਾਂਦੇ ਹੋ, ਜਾਂ ਕੀ ਤੁਸੀਂ ਸ਼ਾਂਤ ਰਹਿੰਦੇ ਹੋ?

_____
_____
_____
_____
_____
_____
_____
_____
_____
_____
_____
_____
_____
_____
_____
_____

Date:_____

ਅੱਜ ਮੈਂ ਇਸ ਲਈ ਸ਼ੁਕਰਗੁਜ਼ਾਰ ਹਾਂ ਕਿ...

1.

2.

3.

ਜੋ ਤੁਸੀਂ ਲਿਖਿਆ ਹੈ ਉਹ 3 ਵਾਰ ਪੜ੍ਹੋ

ਉਹ ਸਭ ਤੋਂ ਵਧੀਆ ਚੀਜ਼ ਕੀ ਹੈ ਜੋ ਕਿਸੇ ਨੇ ਤੁਹਾਡੇ ਲਈ ਕੀਤਾ ਹੈ ਜਾਂ ਤੁਹਾਨੂੰ ਕਿਹਾ ਹੈ? ਇਸਦਾ ਤੁਹਾਡੇ ਲਈ ਇੰਨਾ ਮਤਲਬ ਕਿਉਂ ਸੀ?

Date:_____

ਅੱਜ ਮੈਂ ਇਸ ਲਈ ਸ਼ੁਕਰਗੁਜ਼ਾਰ ਹਾਂ ਕਿ...

1. _____

2. _____

3. _____

ਜੋ ਤੁਸੀਂ ਲਿਖਿਆ ਹੈ ਉਹ 3 ਵਾਰ ਪੜ੍ਹੋ

ਉਹ ਕਿਹੜੇ 3 ਖਾਣੇ ਹਨ ਜੋ ਤੁਹਾਨੂੰ ਲਗਦਾ ਹੈ ਕਿ ਤੁਸੀਂ ਕਿਸੇ ਨਾਲੋਂ ਬਿਹਤਰ ਬਣਾ ਸਕਦੇ ਹੋ? ਤੁਹਾਡੀ ਡਿਸ਼ ਬਾਰੇ ਦੂਜਿਆਂ ਨਾਲੋਂ ਵਧੀਆ ਕੀ ਹੈ?

_____
_____
_____
_____
_____
_____
_____
_____
_____
_____
_____
_____
_____
_____
_____
_____
_____

Date: ______________

ਅੱਜ ਮੈਂ ਇਸ ਲਈ ਸ਼ੁਕਰਗੁਜ਼ਾਰ ਹਾਂ ਕਿ...

1. ______________________________

____

2. ______________________________

____

3. ______________________________

____

ਜੋ ਤੁਸੀਂ ਲਿਖਿਆ ਹੈ ਉਹ 3 ਵਾਰ ਪੜ੍ਹੋ

ਮੈਨੂੰ ਆਪਣੇ ਆਪ 'ਤੇ ਮਾਣ ਹੈ ਕਿ ਮੈਂ ਅੱਜ...

ਅੱਜ ਤੁਹਾਨੂੰ ਸਭ ਤੋਂ ਵੱਧ ਖੁਸ਼ ਕਿਸ ਚੀਜ਼ ਨੇ ਕੀਤਾ?

ਅੱਜ ਤੁਸੀਂ ਕੀ ਕੀਤਾ?

Date: _____

ਅੱਜ ਮੈਂ ਇਸ ਲਈ ਸ਼ੁਕਰਗੁਜ਼ਾਰ ਹਾਂ ਕਿ...

1. _____

_____

2. _____

_____

3. _____

_____

ਜੋ ਤੁਸੀਂ ਲਿਖਿਆ ਹੈ ਉਹ 3 ਵਾਰ ਪੜ੍ਹੋ

ਉਹ 3 ਕਿਹੜੀਆਂ ਚੀਜ਼ਾਂ ਹਨ ਜੋ ਤੁਹਾਨੂੰ ਗੁੱਸੇ ਕਰਦੀਆਂ ਹਨ? ਹਰ ਇੱਕ ਦੇ ਹੇਠ ਲਿਖੋ ਕਿ ਤੁਸੀਂ ਇਸ ਗੁੱਸੇ ਨੂੰ ਦੂਰ ਕਰਨ ਲਈ ਕੀ ਕਰ ਸਕਦੇ ਹੋ.

_____
_____
_____
_____
_____
_____
_____
_____
_____
_____
_____
_____
_____
_____
_____

Date: ______________

ਅੱਜ ਮੈਂ ਇਸ ਲਈ ਸ਼ੁਕਰਗੁਜ਼ਾਰ ਹਾਂ ਕਿ...

1. ______________________________

____

2. ______________________________

____

3. ______________________________

____

ਜੋ ਤੁਸੀਂ ਲਿਖਿਆ ਹੈ ਉਹ 3 ਵਾਰ ਪੜ੍ਹੋ

ਜਦੋਂ ਲੋਕ ਤੁਹਾਨੂੰ ਸਲਾਹ ਦਿੰਦੇ ਹਨ ਤਾਂ ਕੀ ਤੁਸੀਂ ਸੁਣਦੇ ਅਤੇ ਪਾਲਣਾ ਕਰਦੇ ਹੋ? ਸੱਬ ਤੋਂ ਵਧੀਆ ਸਲਾਹ ਕੀ ਹੈ ਜੋ ਕਿਸੇ ਨੇ ਤੁਹਾਨੂੰ ਦਿੱਤੀ?

Date:_____

ਅੱਜ ਮੈਂ ਇਸ ਲਈ ਸ਼ੁਕਰਗੁਜ਼ਾਰ ਹਾਂ ਕਿ...

1. _____

_____

2. _____

_____

3. _____

_____

ਜੋ ਤੁਸੀਂ ਲਿਖਿਆ ਹੈ ਉਹ 3 ਵਾਰ ਪੜ੍ਹੋ

ਤੁਹਾਡੇ ਸਾਰੇ ਪਰਿਵਾਰ ਅਤੇ ਦੋਸਤਾਂ ਤੋਂ, ਤੁਸੀਂ ਕਿਸ ਨਾਲ ਗੱਲਬਾਤ ਕਰਨ ਅਤੇ ਸਮਾਂ ਬਿਤਾਉਣ ਵਿੱਚ ਆਰਾਮਦੇਹ ਹੋ?

_____
_____
_____
_____
_____
_____
_____
_____
_____
_____
_____
_____
_____
_____
_____
_____
_____
_____
_____

Date: ____________

ਅੱਜ ਮੈਂ ਇਸ ਲਈ ਸ਼ੁਕਰਗੁਜ਼ਾਰ ਹਾਂ ਕਿ...

1. ____________

2. ____________

3. ____________

ਜੋ ਤੁਸੀਂ ਲਿਖਿਆ ਹੈ ਉਹ 3 ਵਾਰ ਪੜ੍ਹੋ

ਮੈਨੂੰ ਆਪਣੇ ਆਪ 'ਤੇ ਮਾਣ ਹੈ ਕਿ ਮੈਂ ਅੱਜ...

ਕਿਹੜੀ ਚੀਜ਼ ਹੈ ਜੋ ਤੁਹਾਨੂੰ ਹਸਾਉਂਦੀ ਹੈ

ਤੁਹਾਡਾ ਮਨਪਸੰਦ ਚੁਟਕਲਾ ਕੀ ਹੈ?

Date: _____

ਅੱਜ ਮੈਂ ਇਸ ਲਈ ਸ਼ੁਕਰਗੁਜ਼ਾਰ ਹਾਂ ਕਿ...

1. _____

2. _____

3. _____

ਜੋ ਤੁਸੀਂ ਲਿਖਿਆ ਹੈ ਉਹ 3 ਵਾਰ ਪੜ੍ਹੋ

ਤੁਸੀਂ ਉਨ੍ਹਾਂ ਲੋਕਾਂ ਨਾਲ ਕਿਵੇਂ ਪੇਸ਼ ਆਉਂਦੇ ਹੋ ਜਿਨ੍ਹਾਂ ਕੋਲ ਤੁਹਾਡੇ ਤੋਂ ਵੱਖਰੇ ਵਿਚਾਰ ਅਤੇ ਵਿਸ਼ਵਾਸ ਹਨ?

_____
_____
_____
_____
_____
_____
_____
_____
_____
_____
_____
_____
_____
_____
_____
_____
_____
_____

Date:_____

ਅੱਜ ਮੈਂ ਇਸ ਲਈ ਸ਼ੁਕਰਗੁਜ਼ਾਰ ਹਾਂ ਕਿ...

1._____

_____

2._____

_____

3._____

_____

ਜੋ ਤੁਸੀਂ ਲਿਖਿਆ ਹੈ ਉਹ 3 ਵਾਰ ਪੜ੍ਹੋ

ਜਦੋਂ ਤੁਸੀਂ ਉਨ੍ਹਾਂ ਨਾਲ ਗੱਲ ਕਰ ਰਹੇ ਹੋ ਤਾਂ ਕੀ ਤੁਸੀਂ ਸੁਣਦੇ ਹੋ ਕਿ ਦੂਸਰੇ ਲੋਕ ਕੀ ਕਹਿ ਰਹੇ ਹਨ ਜਾਂ ਕੀ ਤੁਸੀਂ ਆਪਣੇ ਬਾਰੇ ਗੱਲ ਕਰਨ ਵਿਚ ਰੁੱਝੇ ਹੋ?

_____
_____
_____
_____
_____
_____
_____
_____
_____
_____
_____
_____
_____
_____
_____
_____

Date:_____

ਅੱਜ ਮੈਂ ਇਸ ਲਈ ਸ਼ੁਕਰਗੁਜ਼ਾਰ ਹਾਂ ਕਿ...

1._____

_____

2._____

_____

3._____

_____

ਜੋ ਤੁਸੀਂ ਲਿਖਿਆ ਹੈ ਉਹ 3 ਵਾਰ ਪੜ੍ਹੋ

ਤੁਹਾਨੂੰ ਕਿਹੜਾ ਸੁਪਨਾ ਆਇਆ ਸੀ ਜੋ ਤੁਸੀਂ ਮਹਿਸੂਸ ਕੀਤਾ ਬਹੁਤ ਅਸਲ ਸੀ?

_____
_____
_____
_____
_____
_____
_____
_____
_____
_____
_____
_____
_____
_____
_____
_____
_____

Date: _____

ਅੱਜ ਮੈਂ ਇਸ ਲਈ ਸ਼ੁਕਰਗੁਜ਼ਾਰ ਹਾਂ ਕਿ...

1. _____
   _____

2. _____
   _____

3. _____
   _____

ਜੋ ਤੁਸੀਂ ਲਿਖਿਆ ਹੈ ਉਹ 3 ਵਾਰ ਪੜ੍ਹੋ

ਮੈਨੂੰ ਆਪਣੇ ਆਪ 'ਤੇ ਮਾਣ ਹੈ ਕਿ ਮੈਂ ਅੱਜ...

_____
_____
_____
_____
_____

ਆਪਣੀ ਚਾਹ ਵਿੱਚ ਤੁਹਾਨੂੰ ਕੀ ਪਸੰਦ ਹੈ?	ਚਾਹ ਨਾਲ ਤੁਸੀਂ ਕੀ ਖਾਣਾ ਪਸੰਦ ਕਰਦੇ ਹੋ?
_____	_____
_____	_____
_____	_____
_____	_____
_____	_____
_____	_____
_____	_____

Date:_____

ਅੱਜ ਮੈਂ ਇਸ ਲਈ ਸ਼ੁਕਰਗੁਜ਼ਾਰ ਹਾਂ ਕਿ...

1. _____

2. _____

3. _____

ਜੋ ਤੁਸੀਂ ਲਿਖਿਆ ਹੈ ਉਹ 3 ਵਾਰ ਪੜ੍ਹੋ

ਕੀ ਤੁਸੀਂ ਰੱਬ ਵਿੱਚ ਵਿਸ਼ਵਾਸ ਕਰਦੇ ਹੋ? ਰੱਬ ਬਾਰੇ ਤੁਹਾਡੇ ਕੀ ਵਿਚਾਰ ਹਨ?

_____
_____
_____
_____
_____
_____
_____
_____
_____
_____
_____
_____
_____
_____
_____
_____

Date:_____

ਅੱਜ ਮੈਂ ਇਸ ਲਈ ਸ਼ੁਕਰਗੁਜ਼ਾਰ ਹਾਂ ਕਿ...

1._____

2._____

3._____

ਜੋ ਤੁਸੀਂ ਲਿਖਿਆ ਹੈ ਉਹ 3 ਵਾਰ ਪੜ੍ਹੋ

ਜੇ ਤੁਹਾਡੇ ਕੋਲ ਦੁਨੀਆ ਬਦਲਣ ਦਾ ਮੌਕਾ ਸੀ, ਤਾਂ ਤੁਸੀਂ ਕੀ ਬਦਲਣਾ ਚਾਹੋਗੇ?

Date:_____

ਅੱਜ ਮੈਂ ਇਸ ਲਈ ਸ਼ੁਕਰਗੁਜ਼ਾਰ ਹਾਂ ਕਿ...

1._____

2._____

3._____

ਜੋ ਤੁਸੀਂ ਲਿਖਿਆ ਹੈ ਉਹ 3 ਵਾਰ ਪੜ੍ਹੋ

ਤੁਹਾਡੀ ਮਾਨਸਿਕ ਸਿਹਤ ਲਈ ਕਿੰਨੀ ਮਹੱਤਵਪੂਰਨ ਹੈ? ਤੁਸੀਂ ਆਪਣੀ ਮਾਨਸਿਕ ਦੇਖਭਾਲ ਕਿਵੇਂ ਕਰ ਸਕਦੇ ਹੋ?

_____
_____
_____
_____
_____
_____
_____
_____
_____
_____
_____
_____
_____
_____
_____
_____
_____

Date:_____

ਅੱਜ ਮੈਂ ਇਸ ਲਈ ਸ਼ੁਕਰਗੁਜ਼ਾਰ ਹਾਂ ਕਿ...

1._____

_____

2._____

_____

3._____

_____

ਜੋ ਤੁਸੀਂ ਲਿਖਿਆ ਹੈ ਉਹ 3 ਵਾਰ ਪੜ੍ਹੋ

ਮੈਨੂੰ ਆਪਣੇ ਆਪ 'ਤੇ ਮਾਣ ਹੈ ਕਿ ਮੈਂ ਅੱਜ...

_____
_____
_____
_____
_____

ਤੁਹਾਡੀ ਕਿਹੜੀ ਆਦਤ ਤੁਹਾਨੂੰ ਪਸੰਦ ਹੈ?	ਤੁਸੀਂ ਆਪਣੀ ਕਿਹੜੀ ਆਦਤ ਬਦਲਣਾ ਚਾਹੁੰਦੇ ਹੋ?
_____	_____
_____	_____
_____	_____
_____	_____
_____	_____
_____	_____
_____	_____

Date:_____

ਅੱਜ ਮੈਂ ਇਸ ਲਈ ਸ਼ੁਕਰਗੁਜ਼ਾਰ ਹਾਂ ਕਿ...

1. _____

2. _____

3. _____

ਜੋ ਤੁਸੀਂ ਲਿਖਿਆ ਹੈ ਉਹ 3 ਵਾਰ ਪੜ੍ਹੋ

ਤੁਸੀਂ ਕਿਸ ਚੀਜ਼ ਬਾਰੇ ਚਿੰਤਾ ਕਰਨਾ ਬੰਦ ਕਰਨਾ ਚਾਹੁੰਦੇ ਹੋ? ਚਿੰਤਾ ਬੰਦ ਕਰਨ ਲਈ ਤੁਸੀਂ ਕਿਹੜੇ ਕਦਮ ਚੁੱਕ ਸਕਦੇ ਹੋ?

_____
_____
_____
_____
_____
_____
_____
_____
_____
_____
_____
_____
_____
_____
_____
_____
_____
_____

Date:_____

ਅੱਜ ਮੈਂ ਇਸ ਲਈ ਸ਼ੁਕਰਗੁਜ਼ਾਰ ਹਾਂ ਕਿ...

1._____

2._____

3._____

ਜੋ ਤੁਸੀਂ ਲਿਖਿਆ ਹੈ ਉਹ 3 ਵਾਰ ਪੜ੍ਹੋ

ਤੁਸੀਂ ਆਪਣੇ ਆਪ ਨੂੰ ਕਿੰਨੀ ਚੰਗੀ ਤਰ੍ਹਾਂ ਜਾਣਦੇ ਹੋ? ਤੁਸੀਂ ਆਪਣੇ ਅਤੇ ਆਪਣੀ ਜ਼ਿੰਦਗੀ ਬਾਰੇ ਕੀ ਸਿੱਖਣਾ ਚਾਹੁੰਦੇ ਹੋ?

_____
_____
_____
_____
_____
_____
_____
_____
_____
_____
_____
_____
_____
_____
_____
_____

Date:_____

ਅੱਜ ਮੈਂ ਇਸ ਲਈ ਸ਼ੁਕਰਗੁਜ਼ਾਰ ਹਾਂ ਕਿ...

1._____

_____

2._____

_____

3._____

_____

ਜੋ ਤੁਸੀਂ ਲਿਖਿਆ ਹੈ ਉਹ 3 ਵਾਰ ਪੜ੍ਹੋ

ਤੁਸੀਂ ਆਪਣੀ ਜ਼ਿੰਦਗੀ ਵਿੱਚ ਸਭ ਤੋਂ ਵੱਧ ਕਿਹੜੀ ਗੱਲ ਤੋਂ ਡਰਦੇ ਹੋ?

_____
_____
_____
_____
_____
_____
_____
_____
_____
_____
_____
_____
_____
_____
_____
_____
_____

Date:_____

ਅੱਜ ਮੈਂ ਇਸ ਲਈ ਸ਼ੁਕਰਗੁਜ਼ਾਰ ਹਾਂ ਕਿ...

1._____

_____

2._____

_____

3._____

_____

ਜੋ ਤੁਸੀਂ ਲਿਖਿਆ ਹੈ ਉਹ 3 ਵਾਰ ਪੜ੍ਹੋ

ਜੇ ਤੁਸੀਂ ਵਾਪਸ ਜਾ ਸਕਦੇ ਅਤੇ ਆਪਣੇ 25 ਸਾਲਾਂ ਦੇ ਆਪਣੇ ਆਪ ਨੂੰ ਮਿਲ ਸਕਦੇ ਅਤੇ ਨਾਲ ਗੱਲ ਕਰ ਸਕਦੇ, ਤੁਸੀਂ ਕੀ ਕਹੋਗੇ?

Date:_____

ਅੱਜ ਮੈਂ ਇਸ ਲਈ ਸ਼ੁਕਰਗੁਜ਼ਾਰ ਹਾਂ ਕਿ...

1._____
_____

2._____
_____

3._____
_____

ਜੋ ਤੁਸੀਂ ਲਿਖਿਆ ਹੈ ਉਹ 3 ਵਾਰ ਪੜ੍ਹੋ

ਕੀ ਤੁਸੀਂ ਖੁਸ਼ ਹੋ?

_____
_____
_____
_____
_____
_____
_____
_____
_____
_____
_____
_____
_____
_____
_____
_____
_____
_____

Date:_____

ਅੱਜ ਮੈਂ ਇਸ ਲਈ ਸ਼ੁਕਰਗੁਜ਼ਾਰ ਹਾਂ ਕਿ...

1._____

2._____

3._____

_____

ਜੋ ਤੁਸੀਂ ਲਿਖਿਆ ਹੈ ਉਹ 3 ਵਾਰ ਪੜ੍ਹੋ

ਤੁਸੀਂ ਅਗਲੀ ਪੀੜ੍ਹੀ ਨੂੰ ਕੀ ਸਲਾਹ ਦੇਣਾ ਚਾਹੁੰਦੇ ਹੋ?

_____
_____
_____
_____
_____
_____
_____
_____
_____
_____
_____
_____
_____
_____
_____
_____
_____

Date: _____

ਅੱਜ ਮੈਂ ਇਸ ਲਈ ਸ਼ੁਕਰਗੁਜ਼ਾਰ ਹਾਂ ਕਿ...

1. _____

2. _____

3. _____

ਜੋ ਤੁਸੀਂ ਲਿਖਿਆ ਹੈ ਉਹ 3 ਵਾਰ ਪੜ੍ਹੋ

ਜ਼ਿੰਦਗੀ ਵਿੱਚ ਤੁਸੀਂ ਸਭ ਤੋਂ ਵੱਡਾ ਸਬਕ ਕੀ ਸਿੱਖਿਆ ਹੈ?

Date: ____________________

ਅੱਜ ਮੈਂ ਇਸ ਲਈ ਸ਼ੁਕਰਗੁਜ਼ਾਰ ਹਾਂ ਕਿ...

1. ______________________________

____

2. ______________________________

____

3. ______________________________

____

ਜੋ ਤੁਸੀਂ ਲਿਖਿਆ ਹੈ ਉਹ 3 ਵਾਰ ਪੜ੍ਹੋ

ਬਚਪਨ ਦੇ ਦਿਨਾਂ ਤੋਂ ਤੁਹਾਡੀ ਸਭ ਤੋਂ ਖੁਸ਼ਹਾਲ ਯਾਦਦਾਸ਼ ਦਾ ਕੀ ਹੈ?

Date:_____

ਅੱਜ ਮੈਂ ਇਸ ਲਈ ਸ਼ੁਕਰਗੁਜ਼ਾਰ ਹਾਂ ਕਿ...

1. _____
_____

2. _____
_____

3. _____
_____

ਜੋ ਤੁਸੀਂ ਲਿਖਿਆ ਹੈ ਉਹ 3 ਵਾਰ ਪੜ੍ਹੋ

ਤੁਹਾਡਾ ਰੋਜ਼ਾਨਾ ਰੁਟੀਨ ਕੀ ਹੈ? ਤੁਸੀਂ ਹਰ ਰੋਜ਼ ਕੀ ਕਰਦੇ ਹੋ?

_____
_____
_____
_____
_____
_____
_____
_____
_____
_____
_____
_____
_____
_____
_____
_____

Date:_____

ਅੱਜ ਮੈਂ ਇਸ ਲਈ ਸ਼ੁਕਰਗੁਜ਼ਾਰ ਹਾਂ ਕਿ...

1._____

2._____

3._____

ਜੋ ਤੁਸੀਂ ਲਿਖਿਆ ਹੈ ਉਹ 3 ਵਾਰ ਪੜ੍ਹੋ

ਜੇ ਤੁਸੀਂ ਜਾਣਦੇ ਹੋ ਕਿ ਤੁਸੀਂ ਸਫਲ ਹੋਵੋਗੇ ਚਾਹੇ ਕੁਝ ਵੀ ਹੋਵੇ, ਤਾਂ ਤੁਸੀਂ ਕਿਹੜਾ ਕਾਰੋਬਾਰ ਸ਼ੁਰੂ ਕਰਨਾ ਚਾਹੁੰਦੇ ਹੋ?

_____
_____
_____
_____
_____
_____
_____
_____
_____
_____
_____
_____
_____
_____
_____
_____
_____
_____

Date:_____

ਅੱਜ ਮੈਂ ਇਸ ਲਈ ਸ਼ੁਕਰਗੁਜ਼ਾਰ ਹਾਂ ਕਿ...

1._____

2._____

3._____

ਜੋ ਤੁਸੀਂ ਲਿਖਿਆ ਹੈ ਉਹ 3 ਵਾਰ ਪੜ੍ਹੋ

ਜਦੋਂ ਤੁਹਾਡਾ ਜੀਵਨ ਪੂਰਾ ਹੋ ਜਾਂਦਾ ਹੈ ਤਾਂ ਤੁਸੀਂ ਕਿਵੇਂ ਚਾਹੁੰਦੇ ਹੋ ਕਿ ਲੋਕ ਤੁਹਾਨੂੰ ਯਾਦ ਰੱਖਣ? ਤੁਹਾਡੀਆਂ ਕਿਹੜੀਆਂ ਗੱਲਾਂ ਲੋਕਾਂ ਨੂੰ ਯਾਦ ਰੱਖਣੀਆਂ ਚਾਹੀਦੀਆਂ ਹਨ?

_____
_____
_____
_____
_____
_____
_____
_____
_____
_____
_____
_____
_____
_____
_____
_____

Date:_____

ਅੱਜ ਮੈਂ ਇਸ ਲਈ ਸ਼ੁਕਰਗੁਜ਼ਾਰ ਹਾਂ ਕਿ...

1. _____

2. _____

3. _____

ਜੋ ਤੁਸੀਂ ਲਿਖਿਆ ਹੈ ਉਹ 3 ਵਾਰ ਪੜ੍ਹੋ

ਜੀਵਨ ਵਿੱਚ ਤੁਹਾਡਾ ਸੁਪਨਾ ਕੀ ਹੈ?

Date:_____

ਅੱਜ ਮੈਂ ਇਸ ਲਈ ਸ਼ੁਕਰਗੁਜ਼ਾਰ ਹਾਂ ਕਿ...

1._____

_____

2._____

_____

3._____

_____

ਜੋ ਤੁਸੀਂ ਲਿਖਿਆ ਹੈ ਉਹ 3 ਵਾਰ ਪੜ੍ਹੋ

ਕਿਹੜੇ 3 ਕਾਰਨ ਹਨ ਜੋ ਤੁਹਾਨੂੰ ਲਗਦਾ ਹੈ ਕਿ ਲੋਕ ਤੁਹਾਨੂੰ ਪਿਆਰ ਕਰਦੇ ਹਨ?

_____
_____
_____
_____
_____
_____
_____
_____
_____
_____
_____
_____
_____
_____
_____
_____
_____
_____

Date:_____

ਅੱਜ ਮੈਂ ਇਸ ਲਈ ਸ਼ੁਕਰਗੁਜ਼ਾਰ ਹਾਂ ਕਿ...

1._____

_____

2._____

_____

3._____

_____

ਜੋ ਤੁਸੀਂ ਲਿਖਿਆ ਹੈ ਉਹ 3 ਵਾਰ ਪੜ੍ਹੋ

ਇੱਕ ਗਲਤੀ ਬਾਰੇ ਦੱਸੋ ਜੋ ਤੁਸੀਂ ਪਿਛਲੇ ਹਫ਼ਤੇ ਕੀਤੀ ਸੀ. ਤੁਸੀਂ ਇਸ ਨਾਲ ਕਿਵੇਂ ਨਜਿੱਠਿਆ?

_____
_____
_____
_____
_____
_____
_____
_____
_____
_____
_____
_____
_____
_____
_____
_____
_____

Date:_____

ਅੱਜ ਮੈਂ ਇਸ ਲਈ ਸ਼ੁਕਰਗੁਜ਼ਾਰ ਹਾਂ ਕਿ...

1._____

2._____

3._____

ਜੋ ਤੁਸੀਂ ਲਿਖਿਆ ਹੈ ਉਹ 3 ਵਾਰ ਪੜ੍ਹੋ

ਖੁਸ਼ ਰਹਿਣ ਲਈ ਤੁਹਾਨੂੰ ਆਪਣੀ ਜ਼ਿੰਦਗੀ ਵਿਚ ਹੋਰ ਕੀ ਚਾਹੀਦਾ ਹੈ?

_____
_____
_____
_____
_____
_____
_____
_____
_____
_____
_____
_____
_____
_____
_____

Date:

ਅੱਜ ਮੈਂ ਇਸ ਲਈ ਸ਼ੁਕਰਗੁਜ਼ਾਰ ਹਾਂ ਕਿ...

1.

2.

3.

ਜੋ ਤੁਸੀਂ ਲਿਖਿਆ ਹੈ ਉਹ 3 ਵਾਰ ਪੜ੍ਹੋ

ਬਚਪਨ ਵਿਚ, ਤੁਹਾਡੇ ਕਿਹੜੇ ਸ਼ੌਂਕ ਸਨ?

Date: _____

ਅੱਜ ਮੈਂ ਇਸ ਲਈ ਸ਼ੁਕਰਗੁਜ਼ਾਰ ਹਾਂ ਕਿ...

1. _____

2. _____

3. _____

ਜੋ ਤੁਸੀਂ ਲਿਖਿਆ ਹੈ ਉਹ 3 ਵਾਰ ਪੜ੍ਹੋ

ਕਿਹੜੀਆਂ 3 ਚੀਜ਼ਾਂ ਹਨ ਜੋ ਤੁਹਾਨੂੰ ਬਹੁਤ ਸੁੰਦਰ ਲੱਗੀਆਂ ਹਨ?

_____
_____
_____
_____
_____
_____
_____
_____
_____
_____
_____
_____
_____
_____
_____

Date: _____

ਅੱਜ ਮੈਂ ਇਸ ਲਈ ਸ਼ੁਕਰਗੁਜ਼ਾਰ ਹਾਂ ਕਿ...

1. _____

_____

2. _____

_____

3. _____

_____

ਜੋ ਤੁਸੀਂ ਲਿਖਿਆ ਹੈ ਉਹ 3 ਵਾਰ ਪੜ੍ਹੋ

ਆਪਣੀ ਜ਼ਿੰਦਗੀ ਦੇ ਉਸ ਸਮੇਂ ਬਾਰੇ ਲਿਖੋ ਜਦੋਂ ਤੁਹਾਨੂੰ ਦੋ ਚੀਜ਼ਾਂ ਵਿਚਕਾਰ ਮੁਸ਼ਕਲ ਫੈਸਲਾ ਲੈਣਾ ਪਿਆ?

_____
_____
_____
_____
_____
_____
_____
_____
_____
_____
_____
_____
_____
_____
_____
_____
_____

Date:

ਅੱਜ ਮੈਂ ਇਸ ਲਈ ਸ਼ੁਕਰਗੁਜ਼ਾਰ ਹਾਂ ਕਿ...

1.

2.

3.

ਜੋ ਤੁਸੀਂ ਲਿਖਿਆ ਹੈ ਉਹ 3 ਵਾਰ ਪੜ੍ਹੋ

ਉਹ ਕਿਹੜੀ ਚੀਜ ਹੈ ਜਿਸ ਨੂੰ ਤੁਸੀਂ ਮਹਿਸੂਸ ਕਰਦੇ ਹੋ ਕਿ ਲੋਕ ਪੈਸਾ ਬਰਬਾਦ ਕਰਦੇ ਹਨ?

Date:

ਅੱਜ ਮੈਂ ਇਸ ਲਈ ਸ਼ੁਕਰਗੁਜ਼ਾਰ ਹਾਂ ਕਿ...

1.

2.

3.

ਜੋ ਤੁਸੀਂ ਲਿਖਿਆ ਹੈ ਉਹ 3 ਵਾਰ ਪੜ੍ਹੋ

ਕੀ ਤੁਸੀਂ ਕਦੇ ਇਕ ਮਹੱਤਵਪੂਰਣ ਵਾਅਦਾ ਤੋੜਿਆ ਹੈ?

Date:_____

ਅੱਜ ਮੈਂ ਇਸ ਲਈ ਸ਼ੁਕਰਗੁਜ਼ਾਰ ਹਾਂ ਕਿ...

1. _____

_____

2. _____

_____

3. _____

_____

ਜੋ ਤੁਸੀਂ ਲਿਖਿਆ ਹੈ ਉਹ 3 ਵਾਰ ਪੜ੍ਹੋ

ਕੀ ਤੁਹਾਨੂੰ ਲਗਦਾ ਹੈ ਕਿ ਕੁੜੀਆਂ ਮੁੰਡਿਆਂ ਨਾਲੋਂ ਵੱਖਰੇ ਪਾਲੀਆਂ ਜਾਂਦੀਆਂ ਹੈ? ਜੇ ਹਾਂ, ਤਾਂ ਕਿਸ ਤਰੀਕਿਆਂ ਨਾਲ?

_____
_____
_____
_____
_____
_____
_____
_____
_____
_____
_____
_____
_____
_____
_____
_____
_____
_____

Date: _____

ਅੱਜ ਮੈਂ ਇਸ ਲਈ ਸ਼ੁਕਰਗੁਜ਼ਾਰ ਹਾਂ ਕਿ...

1. _____

2. _____

3. _____

ਜੋ ਤੁਸੀਂ ਲਿਖਿਆ ਹੈ ਉਹ 3 ਵਾਰ ਪੜ੍ਹੋ

ਤੁਹਾਡੀ ਉਮਰ ਹੋਣ ਬਾਰੇ ਸਭ ਤੋਂ ਮੁਸ਼ਕਲ ਚੀਜ਼ ਕੀ ਹੈ?

_____
_____
_____
_____
_____
_____
_____
_____
_____
_____
_____
_____
_____
_____
_____
_____
_____

Date: _____

ਅੱਜ ਮੈਂ ਇਸ ਲਈ ਸ਼ੁਕਰਗੁਜ਼ਾਰ ਹਾਂ ਕਿ...

1. _____

2. _____

3. _____

ਜੋ ਤੁਸੀਂ ਲਿਖਿਆ ਹੈ ਉਹ 3 ਵਾਰ ਪੜ੍ਹੋ

ਜੋ ਕੁਝ ਤੁਹਾਡੇ ਮਨ ਵਿਚ ਹੈ ਉਸ ਬਾਰੇ ਲਿਖੋ

_____
_____
_____
_____
_____
_____
_____
_____
_____
_____
_____
_____
_____
_____
_____
_____
_____

Date:_____

ਅੱਜ ਮੈਂ ਇਸ ਲਈ ਸ਼ੁਕਰਗੁਜ਼ਾਰ ਹਾਂ ਕਿ...

1._____

_____

2._____

_____

3._____

_____

ਜੋ ਤੁਸੀਂ ਲਿਖਿਆ ਹੈ ਉਹ 3 ਵਾਰ ਪੜ੍ਹੋ

ਜੋ ਕੁਝ ਤੁਹਾਡੇ ਮਨ ਵਿਚ ਹੈ ਉਸ ਬਾਰੇ ਲਿਖੋ

_____
_____
_____
_____
_____
_____
_____
_____
_____
_____
_____
_____
_____
_____
_____
_____
_____

Date:_____

ਅੱਜ ਮੈਂ ਇਸ ਲਈ ਸ਼ੁਕਰਗੁਜ਼ਾਰ ਹਾਂ ਕਿ...

1._____

2._____

3._____

ਜੋ ਤੁਸੀਂ ਲਿਖਿਆ ਹੈ ਉਹ 3 ਵਾਰ ਪੜ੍ਹੋ

ਜੋ ਕੁਝ ਤੁਹਾਡੇ ਮਨ ਵਿਚ ਹੈ ਉਸ ਬਾਰੇ ਲਿਖੋ

_____
_____
_____
_____
_____
_____
_____
_____
_____
_____
_____
_____
_____
_____
_____
_____

Date:_____

ਅੱਜ ਮੈਂ ਇਸ ਲਈ ਸ਼ੁਕਰਗੁਜ਼ਾਰ ਹਾਂ ਕਿ...

1._____
_____

2._____
_____

3._____
_____

ਜੋ ਤੁਸੀਂ ਲਿਖਿਆ ਹੈ ਉਹ 3 ਵਾਰ ਪੜ੍ਹੋ

ਜੋ ਕੁਝ ਤੁਹਾਡੇ ਮਨ ਵਿਚ ਹੈ ਉਸ ਬਾਰੇ ਲਿਖੋ

_____
_____
_____
_____
_____
_____
_____
_____
_____
_____
_____
_____
_____
_____
_____
_____
_____

Date:_____

ਅੱਜ ਮੈਂ ਇਸ ਲਈ ਸ਼ੁਕਰਗੁਜ਼ਾਰ ਹਾਂ ਕਿ...

1._____

2._____

3._____

ਜੋ ਤੁਸੀਂ ਲਿਖਿਆ ਹੈ ਉਹ 3 ਵਾਰ ਪੜ੍ਹੋ

ਜੋ ਕੁਝ ਤੁਹਾਡੇ ਮਨ ਵਿਚ ਹੈ ਉਸ ਬਾਰੇ ਲਿਖੋ

_____
_____
_____
_____
_____
_____
_____
_____
_____
_____
_____
_____
_____
_____
_____
_____
_____
_____

Date:_____

ਅੱਜ ਮੈਂ ਇਸ ਲਈ ਸ਼ੁਕਰਗੁਜ਼ਾਰ ਹਾਂ ਕਿ...

1._____

2._____

3._____

ਜੋ ਤੁਸੀਂ ਲਿਖਿਆ ਹੈ ਉਹ 3 ਵਾਰ ਪੜ੍ਹੋ

ਜੋ ਕੁਝ ਤੁਹਾਡੇ ਮਨ ਵਿਚ ਹੈ ਉਸ ਬਾਰੇ ਲਿਖੋ

_____
_____
_____
_____
_____
_____
_____
_____
_____
_____
_____
_____
_____
_____
_____
_____

Date:_____

ਅੱਜ ਮੈਂ ਇਸ ਲਈ ਸ਼ੁਕਰਗੁਜ਼ਾਰ ਹਾਂ ਕਿ...

1._____
_____

2._____
_____

3._____
_____

ਜੋ ਤੁਸੀਂ ਲਿਖਿਆ ਹੈ ਉਹ 3 ਵਾਰ ਪੜ੍ਹੋ

ਜੋ ਕੁਝ ਤੁਹਾਡੇ ਮਨ ਵਿਚ ਹੈ ਉਸ ਬਾਰੇ ਲਿਖੋ

_____
_____
_____
_____
_____
_____
_____
_____
_____
_____
_____
_____
_____
_____
_____
_____
_____
_____

Date:_____

ਅੱਜ ਮੈਂ ਇਸ ਲਈ ਸ਼ੁਕਰਗੁਜ਼ਾਰ ਹਾਂ ਕਿ...

1. _____

2. _____

3. _____

ਜੋ ਤੁਸੀਂ ਲਿਖਿਆ ਹੈ ਉਹ 3 ਵਾਰ ਪੜ੍ਹੋ

ਜੋ ਕੁਝ ਤੁਹਾਡੇ ਮਨ ਵਿਚ ਹੈ ਉਸ ਬਾਰੇ ਲਿਖੋ

_____
_____
_____
_____
_____
_____
_____
_____
_____
_____
_____
_____
_____
_____
_____
_____